0

null

số không

10

zehn

mười

20

zwanzig

hai mươi

30

dreißig

ba mươi

40
vierzig

bốn mươi

50
fünfzig

năm mươi

60
sechzig

sáu mươi

70
siebzig

bảy mươi

80

achtzig

tám mươi

90

neunzig

chín mươi

100

einhundert

một trăm

1000

eintausend

một ngàn

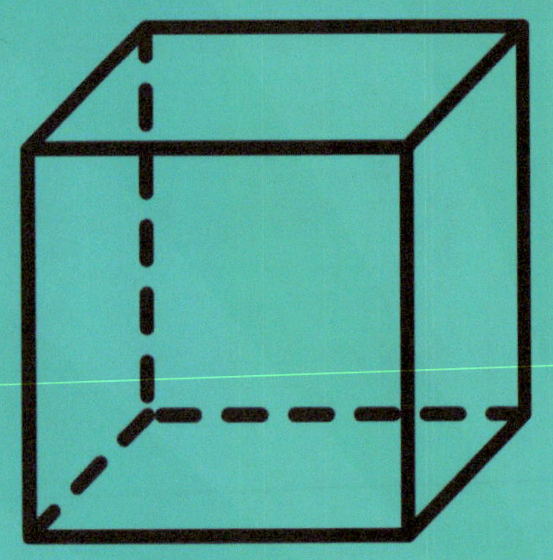

Würfel

khối lập phương

Spielbaustein

khối

Eiswürfel

cục đá

Karamell

caramen

Zucker

đường

Würfel

xúc xắc

Geschenkbox

hộp quà

Pappkarton

hộp các tông

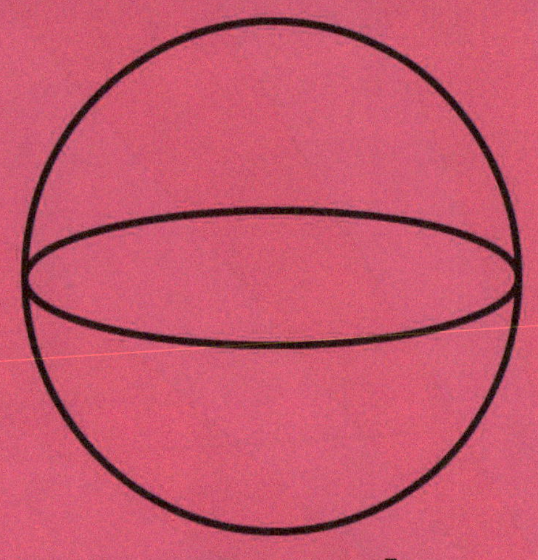

Kugel

hình cầu

Eiskugel

viên kem

Perle

ngọc trai

Blase

bong bóng

Murmeln

bi

Planet

hành tinh

Schneeball

quả cầu tuyết

Tennisball

bóng tennis

Zylinder

hình trụ

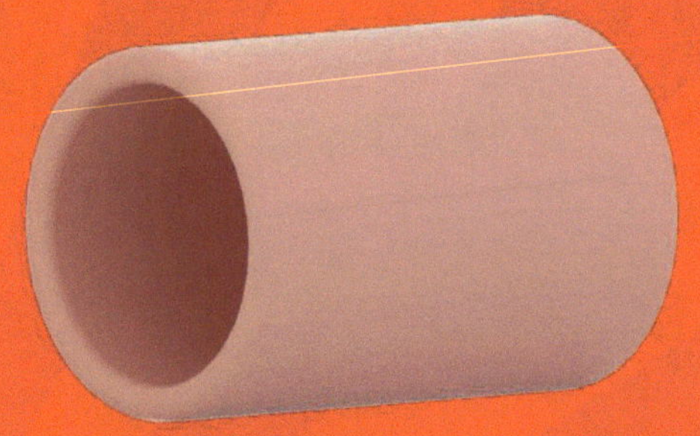

Rohr

ống

Batterien

pin

Garnspule

ống chỉ

Zimt

quế

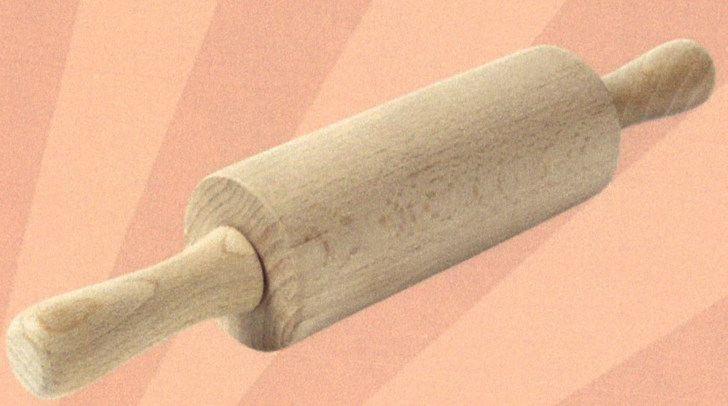

Nudelholz

cây cán bột

Wurst

xúc xích

Heuballen

bó rơm lớn

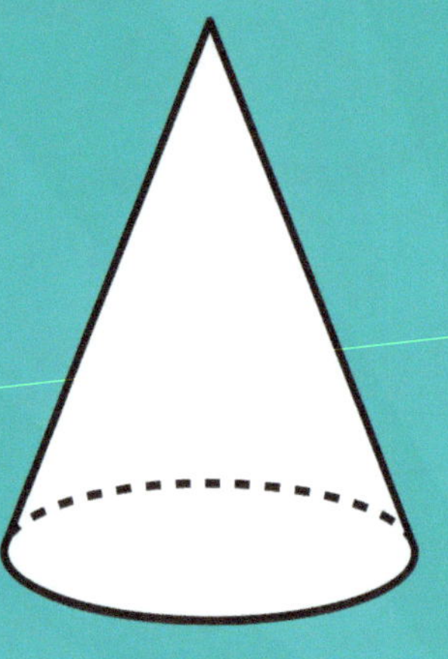

Kegel

nón

Verkehrskegel

cọc tiêu chóp nón

Eiswaffel

kem ốc quế

Hexenhut

mũ phù thủy

Kerker

tháp canh

Tannenbaum

cây thông

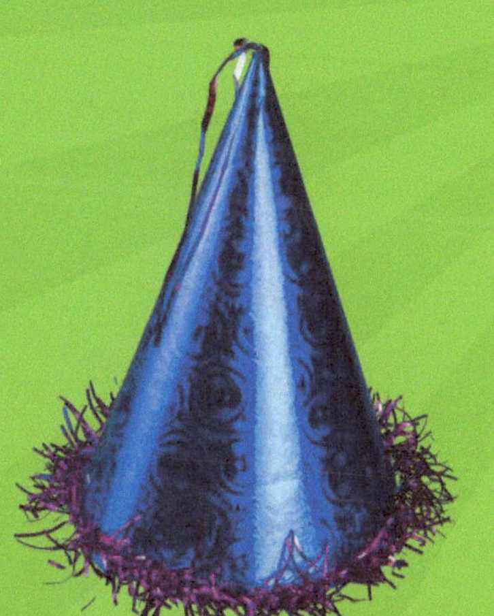

Partyhut

mũ tiệc

Schnecke

ốc sên

Brombeere

dâu đen

Johannisbeere

lý chua

Clementine

quýt

Durian

sầu riêng

Drachenfrucht

thanh long

Jackfrucht

mít

Sternfrucht

khế

Spargel

măng tây

rote Bohne

đậu đỏ

Radieschen

củ cải

Rübe

cây củ cải

Maniok

sắn

Süßkartoffel

khoai lang

Kichererbsen

đậu gà

Adler

đại bàng

Fledermaus

dơi

Biber

hải ly

Flamingo

hồng hạc

Rabe

con quạ

Amsel

chim két

Blaumeise

sẻ ngỗ xanh

Elster

chim ác là

Schwalbe

chim én

Lerche

chim sơn ca

Sittich

vẹt đuôi dài

Specht

chim gõ kiến

Pfau

công

Papagei

vẹt

tukan

chim tu căng

Storch

cò

Koralle

san hô

Seeanemone

hải quỳ

Seeigel

nhím biển

Seepferdchen

cá ngựa

Clownfisch

cá hề

Goldfisch

cá vàng

Krabbe

cua

Einsiedlerkrebs

cua ẩn sĩ

Delfin

cá heo

Narwal

kỳ lân biển

Oktopus

bạch tuộc

Tintenfisch

con mực

Walhai

cá mập voi

Orca

cá voi sát thủ

Blauwal

cá voi xanh

Belugawal

cá voi trắng

Hammerhai

cá mập đầu búa

Weißer Hai

cá mập trắng

Zitronenhai

cá mập chanh

Tigerhai

cá mập hổ

Heuschrecke

châu chấu

Raupe

sâu bướm

Skorpion

bọ cạp

Eidechse

thằn lằn

Dinosaurier

khủng long

schwarzes Haar

tóc đen

rotes Haar

tóc đỏ

braunes Haar

tóc nâu

blondes Haar

tóc vàng

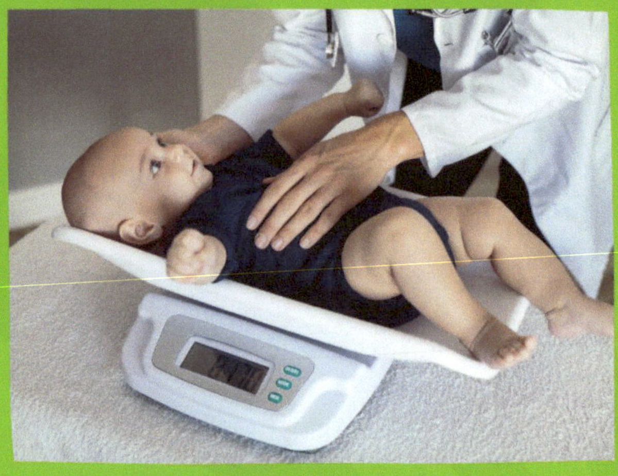

Waage

cân

Krankenhaus

bệnh viện

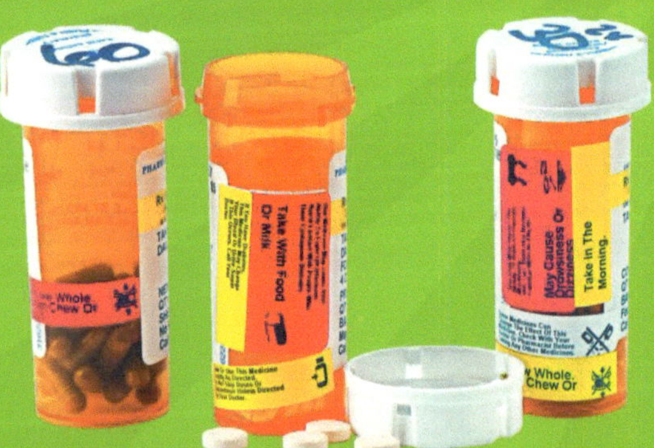

Medizin

thuốc

Thermometer

nhiệt kế

Verband

băng

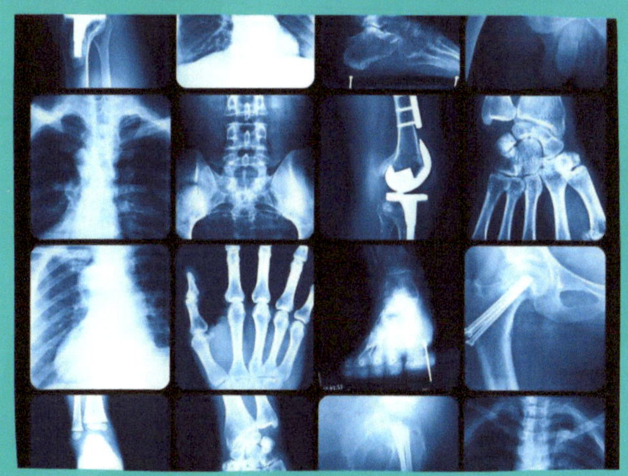

Röntgen

hình ảnh X-quang

Doktor

bác sĩ

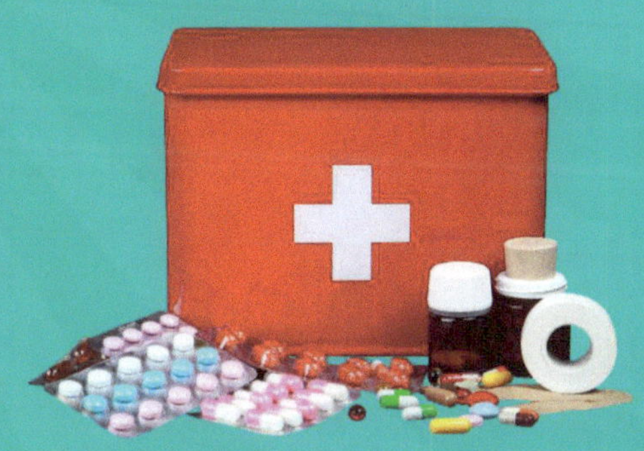

Erste-Hilfe-Kasten

bộ sơ cứu

spielen

chơi

zeichnen

vẽ

zählen

đếm

schreiben

viết

Tanzen

nhảy

Schwimmen

bơi

Skifahren

trượt tuyết

Basketball

bóng rổ

Tennis

quần vợt

Tischtennis

bóng bàn

Fußball

bóng đá

Reiten

cưỡi ngựa

Eishockey

khúc côn cầu trên băng

Judo

judo

Boxen

quyền anh

Laufen

chạy bộ

Baseball

bóng chày

Kricket

cricket

Rugby

bóng bầu dục

Volleyball

bóng chuyền

Maracas

maracas

Tamburin

lục lạc

Xylophon

mộc cầm

Geige

đàn vĩ cầm

Klavier

đàn piano

Gitarre

đàn ghi ta

Cello

đàn cello

Harfe

đàn hạc

Trommel

trống

Djembe

trống djembe

Schlagzeug

bộ trống

Trompete
kèn trumpet

Horn
kèn cor

Saxophon
kèn saxophone

Flöte
sáo

Kopfhörer

tai nghe

singen

hát

Notenblatt

bản nhạc

Mikrofon

micro